கவிதைக்காதல்

ராபின்மணி.கா

Copyright © Robinmani.k
All Rights Reserved.

ISBN 979-888555641-5

This book has been published with all efforts taken to make the material error-free after the consent of the author. However, the author and the publisher do not assume and hereby disclaim any liability to any party for any loss, damage, or disruption caused by errors or omissions, whether such errors or omissions result from negligence, accident, or any other cause.

While every effort has been made to avoid any mistake or omission, this publication is being sold on the condition and understanding that neither the author nor the publishers or printers would be liable in any manner to any person by reason of any mistake or omission in this publication or for any action taken or omitted to be taken or advice rendered or accepted on the basis of this work. For any defect in printing or binding the publishers will be liable only to replace the defective copy by another copy of this work then available.

பொருளடக்கம்

முன்னுரை

காதலித்தால் கவிதை வரும்,; கவிதை வந்தால் காதல் பிறக்-
கும்..காதலிக்காத உயிர்களே இல்லை..காதல் அனைத்து உயிர்க-
ளுக்கும் பொதுவானது..காதல்,மதம் தாண்டியது, ஜாதி தாண்டியது,
ஏன் இனம் தாண்டியதும் கூட..அதற்கு வேறுபாடு பிரிவினை என்-
றேனும் ஒன்று கிடையாது..நாம் எதன் மீதெல்லாம் காதல் கொள்கி-
றோமோ அதன் ஒவ்வொரு அசைவையும் ஆழ்ந்து ரசிப்போம்.அந்த
ரசனை வர்ணனையாக மாறினால் அதுவே கவிதை..அந்த கவி-
தைக்கு எழுத்து நடை இலக்கணவிதி என்பதெல்லாம் தேவை-
யில்லை..எண்ணத்தில் தோன்றுவதை யெல்லாம் ஏதாவதொன்றுடன்
மனம் பொருத்தி வார்த்தை பிரவேசம் செய்து கொண்டிருக்கும் தன்
காதல்வயப்பட்ட ஒன்றின் அசைவுகளை அழகிய நினைவுகளை..
சரி..காதலித்தால் மட்டும்தான் கவிதை வருமா என்றால் கிடை-
யாது..ஒரு கவிஞன் தன் அனைத்து உணர்ச்சிகளையும் கவிதையாக
மொழிபெயர்ப்பான். தன் எண்ணோட்டத்தை எளிமையாக புரியும்-
படியும் ஆர்வமாக படிக்கும் படியும் அவன் கவிதையாக எழுது-
வான்..எதுகை மோனையாக எழுதுவதும் கவிதை தான் உவமை-
யும் உவமேயமுமாக எழுதுவதும் கவிதைதான் கருத்தை உணர்த்தி-
னால்.நானும் கவிதை எழுதியுள்ளேன்..அது மரபுக்கவிதையா வசன-
கவிதையா? இல்லை, இன்ன பிற வகைகளா ?என்றெல்லாம்
எனக்கு தெரியாது..என்னைப் பொறுத்த வரை அது கவிதை அவ்-
வளவுதான்..நான் கவிதையின் காதலன் ஆதலால் இந்த கவிதைக்-
காதலன்•••

அத்தியாயம் 1

நான்

எதேச்சையாக எழுந்த எழுத்தாளன்..

காலப்பொழுதை கழிக்க கனிந்த கால்வாசிக் கவிஞன்..

வாழ்க்கையின் அர்த்தம் புரிய

படிப்பகம் வந்த வாசிப்பாளன்...

வறுமையின் வாடிக்கையாளன்..

தோல்விகளின் தோழன்..

கிழிசல்களோடு வாழ்கின்ற கிளிஞ்சல்...

சோகங்களின் அஞ்சல்...

விரக்தியின் விருந்தாளி..

பக்தியின் பகையாளி..

சமத்துவத்தை விரும்பும் ஒரு சாதாரண

சாமானியனுக்கு ஒரு உதாரணம்..

ஓட்டு வீடு எனும் ஓட்டை வீட்டுரோசா..

விலைமதிப்பில்லாத வீதியில் பூத்த ரோசா..

வேலிகளின் நடுவே பூத்த கள்ளிப்பூவான

நல்லூர்ப்பட்டியின்

நடுத்தரவர்க்க காளியப்பனின்

கடைக்குட்டிக்கு மூத்த மகன்...

உங்கள் நான்....

ராபின்மணி.கா
நல்லூர்...

நான் பிறந்த மண்

நாற்பதுக்கும் குறைவான வீடு
நான்கைந்து குடும்பங்கள்
சேர்ந்து கட்டிய கூடு..
ஊர சுத்தி காடு
இருந்தாலும் தீரவில்லை இன்னும் பாடு..
பத்து வருஷத்துக்கு ஒரு தடவ தார் ரோடு
பக்கத்து வீட்டுக்காரன் கூட சண்டை போடவே சிமெண்ட் ரோடு..
ஒன்னு ரெண்டு மாடி வீடு
ஓட்ட ஓடசலோட மத்தெதெல்லாம் ஓடு வீடு
சாதிச்சண்டைக்கு வாய்ப்பில்ல..
சாக்கடைச்சண்டை இல்லாம இல்ல.
சாதி மத பேதமெல்லாம் பார்க்குறதில்ல
சாதிய வைச்சி பிரிச்சிப்பார்த்தா அவன விட்றதா இல்ல..
சொறட்டைத் தண்ணீர எதிர்த்த ஊரு
மிரட்டுனா அஞ்சாம காட்டும் அதன்
திமிரு ஜோரு..
மாட்டுக்கறி தின்னா சாமிக்குத்தம்..
மத்த கறி எல்லாம் ஏத்திக்கிடும் ரத்தம்..
நாய்க்கும் காவல் காக்கும் பல
பேய்க்கும் ஏவல் விடுக்கும்..

அருவா வைச்சவரும் சாமி தான்..

இங்க

அம்பேத்கரும் சாமி தான்..

அல்லேலுயா வந்துடுச்சி இனி

அல்லாவும் வந்திடுவாரு..

கருப்பசாமினு நிறைய பேரு

அவங்கள கண்டுபிடிக்க நீ முறைய கூறு

வைகாசியில திருவிழா..

அன்னைக்கு வருவாரு கருப்பசாமி

தெரு எல்லாம் உலா...

கிரிக்கெட்ல எப்பவுமே ஹீரோ..

கிடாவெட்டுனு வந்துட்டா குடிப்போம் பீரா

ஆடு மாடு கோழி எல்லாம் வளர்ப்போம்

ஆட்டைய போட்டாலும் அமைதியாவே நடிப்போம்..

என்னைக்குமே இல்ல ரசிகர்மன்றம்..

திண்ணை இல்லாட்டி அரட்டை அடிக்க மகளிர் மன்றம்..

மக்கள் வேண்டுறது எல்லாம் வருணனை

மாசம் முப்பதும் எழுதலாம் எங்க ஊரப்பத்தி வர்ணனை..

இருந்தாலும் படிக்குறவங்க மேல காட்டனும் கொஞ்சம் கருணை..

சுத்துப்பட்டி ஊர்க்காரன்லாம் கூப்பிடுவான் எங்கள பட்டிக்காரன்னு..

பட்டிதொட்டியெல்லாம் பிரபலமாவோம்

சீக்கிரமாவே நாங்க கெட்டிக்காரன்னு..

.

பிறந்த மண்ணின் மீது பிரியம் காட்டுங்கள்..பிறந்த மண்ணின் வளத்தை

மேம்படுத்த சில வரியும்

கட்டுங்கள்....

நாங்கள்

ஓட்டு வீடு எனும்
ஓட்டை வீட்டு ராஜாக்கள் நாங்கள்
வீதியில் மட்டுமல்ல
வீட்டிற்குள்ளும் குடை பிடிக்க வேண்டும் மழை பெய்தால்.
கார வீடு கனவிலே
எங்கள் கால்சந்ததி கழிந்து விட்டது...
கானல் நீராய் தான்
இன்னும் தொடர்கிறது எங்கள் கனவுகள்
ரேசன் அரிசி
அதில்தான் கழிகிறது எங்கள் வாழ்வின்
முக்கால்வாசி போர்ஷன்..
வருடத்திற்கு ஓரிரு முறை புதுத்துணி
வறுமையால் அதைத்தான் விரும்புகிறது
எங்கள் மேனி..
அன்றாடங்காய்ச்சியாய் இருந்தாலும்
ஆனந்தமாய் தான் வாழ்கிறோம்
அழுக்கு சட்டையோடும்
அழகாய் தான் திரிகிறோம்.
பணத்தால் இல்லை மகிழ்ச்சி
பழகும் பழக்கத்திலும் பாசத்திலும்தான் உள்ளது உண்மையான மகிழ்ச்சி
ஏழை என தாழ்ந்து வாழாதே..
ஏற்றம் வர புது மாற்றம் பெற
முயற்சித்து கொண்டே இரு
முன்னேற்றம் வரும் வரை...

என் சூழல்

என் ஆசைகளை கொன்று புதைத்தது..

என் திறமைகளை தின்று விழுங்கியது

சிக்கனமாயிருந்தாலும் என்னை

சிக்கி தவிக்க வைத்தது..

ஆசையில்லா அலுவலில் அமரவைத்தது

அடுத்த படி ஏறவிடாமலே நிற்க வைத்தது

வருங்கால கனவிலிருந்து எனை

வழுக்க வைத்தது

வாழ்க்கை உனக்கு இவ்வளவுதான் என

வாய்ப்பை மறுத்தது..

கேளிக்கை பார்க்க கூட ஏன் என்று கேட்டது..

கேவலமாய் என்னை பலரால் பாவிக்க வைத்தது..

ஒப்பீடு பார்க்க வைத்து எனை

ஒதுங்க வைத்து..

ஒருமுறை கூட அதனை விட்டு நீங்க முடியாமல் நிலைக்க வைத்தது..

பசியோடு பலமுறை படுக்க வைத்தது

பண்டிகைகளிலும் பன்னாடைபோல்

பழக வைத்தது..

கண்ணீரோடு எனை கலக்க வைத்தது

கவலைகளுக்கு எனை கடன் கொடுத்தது..

கடவுள் இல்லை என கற்றுத்தந்தது.

காலம் கனியட்டும் என காக்க வைத்தது..

நோய் நொடிகளுக்கும் தாரைவார்த்தது

நொந்து நொந்தே புலம்ப வைத்தது..

வைரஸை விட கொடிய கிருமி

வறுமை...
கொடிது கொடிது வறுமை கொடிது
அதனினும் கொடிது இளமையில் வறுமை..

தீபாவளி

எங்கள் வாழ்வில் தீராத வலி
ஒத்த துப்பாக்கி அப்பா வாங்கி வருவாருனு..
நானும் அண்ணனும் உறங்காம காத்திருப்போம்..
அதில் ஒத்த ரூபா சுருள மாட்டி ஊரெல்லாம் சுட்டு திரிஞ்சிருக்கோம்.
வெடி ஏதும் வெடிக்காம வேடிக்கை பார்த்தே மனச தேத்தியிருக்கோம்.
புதுத்துணி போட்டுக்கிட்டு ஒய்யாரமா வலம் வருவாங்க கூட்டாளிங்க.
பொட்டணத்தில அமுக்கி வைச்சதுல கிழியாத துணிய தேடும் நாங்க
பாட்டாளிங்க..

பக்கத்து வீட்டு பாட்டி கூட பலகாரம் சுடும்.
பானை சட்டிய திறந்து பார்த்த வறுமை எங்க கண்ண சுடும்..
எண்ணெய் குளியல முடிச்சி எலும்புக்கறி திங்கும் ஊருசனம்
என்னத்த செஞ்சாலும் முழுசா நிரம்பாது எங்க மனம்..
அடுத்தவன் வெடிச்ச வெடியெல்லாம் பொறுக்கி அக்னியில போட்டு
கொண்டாடுவோம்
தீபாவாளியில போகி.
ஆண்டுதோறும் ஆசைகளை துறந்து வாழும் அண்ணனும் நானும்
இருபெரும் தியாகி..
மட்டைப்பந்தாட்டம் ஒன்றிலே மனம்மகிழ்ந்திருப்போம்
மறுபடியும் இதுபோல் தீபாவளி வரகூடாதென மனம்திறந்திருப்போம்

சமத்துவம்.

கீழ்சாதிக்காரனின் இரத்தமும்
சிவப்பு தான்
மேல்சாதிக்காரனின் நிழலும் கருப்புதான்..
நூறடி நிலம் வைத்திருந்தாலும் இறுதியில் செல்லப்போவது
ஆறடி தான்..
தாழ்ந்தவன் எவனும் மண்ணுக்கடியில் பிறக்கவில்லை
உயர்ந்தவன் ஒருவனும்
வானிலிருந்து விழவில்லை..
பிறக்கும் போது நீயும் நிர்வாணம் தான்.இறக்கும் போது நானும் சடலம்-
தான்.. விலங்குகளுக்கும் கீழாய் எங்களை விலக்கி வைக்கிறாயேவிதி
வந்தால் நீயும் மண்ணுக்கு கீழ் தான்..
வீட்டிற்குள் நுழைந்தால் தீட்டு என்கிறாயே..
என் போன்றவன் பலரின் வியர்வையில் தான் உன் வீடே உருவாக்கப்பட்-
டது..
சாதிகளால் எனை இழிவுபடுத்தும் நீ..
உன் சாவுக்குள் ஒருநாள் தெளிவுபடுவாய்….அன்று நீயும் இந்த தீண்-
டாமை அகல வழிவிடுவாய்..
சாதி மதம் பாராமல் சமத்துவத்தை நிலைநாட்டுவோம்…
எந்த தலைவர்களும் சாதி பார்க்க சொல்லவில்லை
அப்படி சொன்னவர்கள்
தலைவர்களே இல்லை….

சாதி...
தோன்றவில்லை ஆதியில்
வந்ததோ பாதியில்..
கொண்டாடப்படுகிறது மனிதனுக்கான மனைவியாதியில்..
ஐந்தறிவு விலங்குகளுக்குள்ளே
ஆயிரமாயிரம் சமரசம்..
அடிப்படை அறிவே இல்லாமல்
ஆங்காங்கே மனிதர்களுக்குள்
சாதி எனும் கொடும்விஷம்..
சாதிக்கும் வரை வருவதில்லை சாதி
சாதித்த பின் அதுதான்
மொத்தவாழ்வின் மீதி..
சேகுவேராவையும் காஸ்ட்ரோவையும்
கொண்டாடுகிறான்..
அம்பேத்கரையும் பெரியாரையும்
அவமதிக்கிறான்..
நேதாஜியையும் நெல்சன் மண்டேலாவையும் போற்றுகிறான்..
காமராசரையும் முத்துராமலிங்கரையும்
தூற்றுகிறான்...
உலகின் மூத்தகுடி தமிழ் இனம் என்கிறான்
உள்ளுக்குள் முந்நூறு இனமாய்
பிரிந்து வாழ்கிறான்..
ஈழ மக்களை கொன்றால் துடிக்கிறான்
இங்குள்ள மக்களை கொன்றால் நடிக்கிறான்..
மாநிலத்திற்குள் சாதி பார்க்கிறான்
நாட்டுக்குள் மொழி பார்க்கிறான்
காட்டுக்குள் இனம் பார்க்கிறான்
என்றுதான் மனிதம் பார்ப்பானோ..

இவன் ஒன்றுபடவே
என் சாதி என் மொழி என் இனம்
என்ற பிரிவினை தேவைப்படுகிறது..
நாம் அதிகாரத்திலிருந்து தான்
விடுதலை பெற்றுள்ளோம்
ஆதிக்கத்திலிருந்து இல்லை..
சாதி ஒழிப்பே மக்கள் விடுதலை
மத சகிப்பே மானுட விடியல்..

முதல் காதல்

மட்டைப்பந்தாட்டம்
மனம் அதை நாடியே
பறக்குது தினம் வண்டாட்டம்..
வாழ்விலோ ஆயிரமாயிரம் திண்டாட்டம்..
வாரத்தில் ஓரிருமுறை அதை மறக்கடிக்கும் இதுதான் எங்கள் கொண்-
டாட்டம்..
பதினொரு பேருக்கே
அணியில் பஞ்சம்
பட்டிதொட்டியில் எந்த அணி வந்தாலும் பதறாது எங்கள் நெஞ்சம்..
நான்கு திசையிலிருந்தும் வருபவர்கள் சங்கமிக்கும் அணி நல்லூர் பட்டி..
நல்லாத்தான் விளையாடுறாங்கனு சொல்லுவாங்க சுத்துப்பட்டி..
ஆட்டத்தின் இறுதிப்பந்து வரை இயக்கத்தில் இருப்போம்..
அடிக்கடி அறுதிப் பெரும்பான்மை வெற்றியையே வழக்கத்தில் வைப்-
போம்..
முடிந்தவரை பகையை வளர்க்கமாட்டோம்..

முடியாத பட்சத்திலும் பாசத்தை விலக்கமாட்டோம்..

காதல் தோல்விக்கு கூட கலங்கமாட்டோம்.

களத்தில் தோற்றால் நான்கைந்து நாள் உறங்கமாட்டோம்..

ஒரு குரலுக்கு அடங்கும்

ஓட்டுமொத்த அணியும்..

ஓராயிரம் முறைக்கு மேல் வென்றாலும் அடங்கவில்லை வெற்றியின்

தாகம் இனியும்..

மணிப்பொழுதெல்லாம் மட்டைப்பந்தாட்டத்திலே கழிப்போம்

மரணமே வந்தாலும் மைதானத்தில் மகிழ்வுடனே ஏற்போம்...

ஒருதலைக் காதல்..

முட்டாள் தினத்திலாவது

என்னை காதலிக்கிறேன்

என்று ஏமாற்றி

என்னை

முட்டாளாக்கி விட்டு

செல்ல மாட்டாயா....... ♡ ♡ ♡ ❖ ❖ ....

என வருடந்தோறும்

ஏங்கிக் கொண்டிருக்கிறேன்

ஓர் முட்டாளாய்...

என் மூளையின்

முப்பொழுது நினைவுகளில்

எப்பொழுதும்
நீ தான்
நுகரும் வாசத்திலும்
உயிர்தரும்
சுவாசத்திலும்
உறவே நீ தான்
உலகில் ஓர் நாள்
உனை நான் பிரிந்தால்
உயிரை துறப்பேன்
அதன் நினைவாக....
பிரிந்தால் உனை மறந்திரலாம் என்றாய்
மறக்க முடியா உன் நினைவுகள்
தினமும் என் மனதை
மரணித்துக் கொண்டிருக்கின்றன
சோர்ந்து கூட போகாமல்
நாம் சேர்ந்து சுற்றிய நாட்களை
நாளடைவில் நீ மறந்தாலும்
அவை
என் கண்களுக்குள்
கனவுகளாய் காலூன்றி விட்டது
தூக்கம் என்ற ஒன்றை துறந்தே
பல வாரங்களாயிற்று
வரமாய் வந்த
நீ
வழியில் விட்டுச் சென்றதால்...
உன்னை பற்றி எல்லாம்
தெரிந்த எனை விட்டு
எதுவும் தெரியா எவனோ
ஒருவனை

மணமுடிக்க போகிறாயா.............?
போ.....
போகும் முன்
என் கல்லறையில்
கடுகளவு கண்ணீர் சிந்தி
விட்டு போ.......
என் கல்லறையிலாவது
நம் காதல்
வளரட்டும்.......

❧❧❧

பாலினம்

ஆணாக இருந்தும்
தாயானேன்
உனக்கான
கவிதைகளை
பிரசவித்ததால்....
ஓர்
பெண்ணாய்
இருந்தும்
தந்தையானாய்
என்
கவிதை
பிரசவத்திற்கு
காரணமானதால்..

❧❧❧

உனை பார்த்த

ஓர்

நொடியில்

ஓராயிரம் கவி

சொல்வேன்

அவையாவும்

தோற்றுப்போகும்

உன் ஒரு வார்த்தை

பெயரின்

முன்னே....

❧❧❧

என் நிழல் கூட

என்னோடு வர மறுக்கிறது...

நீயில்லா நிஜத்தால்...

அதுசரி

உயிருள்ள உருவத்திற்கு தானே..

நிழலெல்லாம்...

காற்றில் கலந்த வாசம் போல

மழையில் விழுந்த கண்ணீர்த்துளி போல

உன்னில் தொலைந்த

என்னை

தேடித் தேடி தொலைகின்றேன்...

உயிர் இருக்கும் வரை

உனை மறக்க போவதில்லை...

நான் இறக்கும் வரை

உனை இழக்க விரும்பவில்லை..
மரணம் தான் உன் நினைவை
என்னிடமிருந்து
பிரிக்கும் பெண்ணே..
என் மனம் மறந்தும்
உனை
நினைக்க மறவாது அன்பே...
என்றாவது
ஓர்நாள் உனை
நினைக்க மறந்திருப்பேன்...
அன்று என் உயிர்
துறந்திருப்பேன்....

ஊரடங்கில்
என் உள்ளக்கிடங்கை
தூர்வாரிப் போட்டேன்..
நிரம்பி இருந்ததெல்லாம்
அவள்
நினைவுக் குப்பைகள்
மட்டும் தான்..

என்னவள்

குழி விழாத கன்னம்

குலுங்கு நடை அன்னம்

வில்லென வளைந்த புருவம்..

வியக்க வைக்கும் அவள் அருவம்..

இருப்பதே தெரியாமல் இருக்கும் இடை..

இவளுக்காகவே பிரசித்தமாக நெய்ய வேண்டும் உடை..

வழிதவறிய வானத்து நட்சத்திரமாய்

அவளிரு கண்கள்..

இவள் விழியொழிப்பார்வை படாதா என வழிப்பாதைதோறும் காத்திருப்பர்

பல ஆண்கள்..

இணைக்க தோன்றும் இதழ்கள்

அணைக்க அழைக்கும் அவளிருகை விரல்கள்..

வாழைத்தண்டும் கோழியாகும் கால்கள்..

என் மாலைக்காகவே காத்திருக்கும் தோள்கள்..

மலரின் மணமும் மட்டுப்பட்டு போகும் கூந்தல் வாசம்..

இதற்காகத்தான் காத்திருந்ததோ என் கால் நூற்றாண்டு நேசம்..

அவள் மேனி தொட்டதெல்லாம் பிரகாசிக்கும் ஏழுவண்ண வானவில்-

லாய்..

ஞானி போல இருந்த என்னையும்

ஆக்கிவிட்டாள் நானல்புல்லாய்..

உதட்டின் கீழ் ஒரு மச்சம்

அதுவே அவள் உடலழகின் உச்சம்..

முழு நிலவில் முத்து பூத்தாற்போல முகப்பரு..

பொழுதெல்லாம் நான் மகிழ்ந்திருக்க அவளே முதல் கரு..

இத்தனைக்கும் சொந்தக்காரி எவளோ அவளே என்னவள்..

தற்போது எங்கேயவள்..?

காத்திருக்கிறேன் அவளுக்காக நாள்தோறும் பூத்திருக்கிறேன்

அவள் காதல் சம்மதத்திற்காக....

காதல் தோற்பதில்லை
காதலர்கள் தான்
தோற்கடிக்கப்படுகிறார்கள்..
கல்நெஞ்சையும்
விழிகள் எனும்
இரு உழிகள் கொண்டு
நுட்பமாய் செதுக்கி
சிற்பமாய் மாற்றுமே
அது காதல்.....
இரத்தம் உறைந்து
மொத்தமும் அடங்கி
இதயத்துடிப்பின் இறுதி நொடியிலும்
தன்னவளின் துயர்கண்டால்
துடைக்க கை நீண்டு
முடியாமல் போய்
இரும்பு நெஞ்சில்
ஈரம் சுரந்து
கண்ணீராய் வெளிப்படுமே..
அது காதல்...
உலகுக்கு தளை தந்த
உன்னத உயிர்களை விட்டு
இதய மாற்று செய்த
இன்னொரு உயிர்க்காக..
உயிர் உரித்து உடல்
சாகச் செய்யுமே..
அது காதல்...

இத்தகைய காதலுக்கு கூட
ஓர் தினமில்லை..
காதலர்களுக்கு தான்
தினம் இருக்கிறது..
ஆதலால்
கண்ணியத்தோடு காதல்
புரிந்து காவியமாக்குங்கள்...
காதலைக் கொண்டு
யாரையும் ஏமாற்றாதீர்கள்..

என் நிசப்தமான நேரங்கள்
உன் நினைவையே
தருகின்றது..
நினைக்க முடிந்த
எனக்கு..
மறக்க தெரியவில்லை....
ஏனோ நானும் வாழுறேன்
நிதமும்
உன் நினைவாலே
நொந்து சாகுறேன்....
கண்ணை விட்டு போகும்
கண்ணீரைப் போல என்னைவிட்டு
நீ போனதேன்
நான்
இந்த மண்ணைவிட்டு
போவதற்கா.....

என்றாவது ஓர் நாள்
எனை நினைத்திடு பெண்ணே
என் காதலாவது
வாழட்டும்..

❧❧❧

தூரல்

பிளவுபட்ட
உன் நதியில்
தூரத்து என் சாரல் மழையா
ஈரத்தை ஏற்படுத்தப் போகிறது. தெரிந்திருந்தும்
தூரிக் கொண்டிருக்கிறேன்
தூரமாய்.

❧❧❧

ஓடோடி திரியும் வயதில்
ஓர் நாடோடி வாழ்க்கை.
மனதில் கொண்ட ஆசைகளை எல்லாம் இரவில் கண்ட கனவாய் மறந்து
அம்மா அப்பாவின் ஆசைக்காக அஞ்சுக்கும் பத்துக்கும்
ஓர் அடிமை வேலை.
எதிர்கால பயத்தில் நிகழ்கால சந்தோஷங்களை தொலைத்து
நிழலாய் ஒரு வாழ்வு..
குடும்ப கடமைகளுக்காக
இளமையை இழந்து காதலையும் துறந்து முப்பதுக்கு மேல்

ஒரு மூன்று முடிச்சு.
தள்ளாடும் வயது வரை தனக்கென உழைக்காமல்
தான்சார்ந்தவர்களுக்காக உழைக்கும்
ஒவ்வொரு ஆண்மகனும் தெய்வமகனே.
அவள் பிம்பம் காட்டும்
கண்ணாடியாய் காதலித்தேன்.
சுக்குநூறாய் சிதறடித்தாள்.
உன் நிழலாய் பின்வருவேன் என்றாள்
அதனால்தான் இருளில் விட்டுச்சென்றால் போல்...
அவள் பிரிவை எண்ணி பரிதவித்து என்விழிகள் உதிர்ப்பது
கண்ணீரல்ல
அவள் உதறிவிட்டுச்சென்றதால் உள்ளத்தில் உறைந்த உதிரம்..
பாதியில் விட்டுச்சென்ற
என் வாழ்வின் மீதியே
நீ தந்த வாக்குறுதிகளால்
வாழ்க்கையிழந்து கிடக்கிறேன்
இருந்தாலும் நீ
எங்கிருந்தாலும் வாழ்க
காதல் விட்டுப்பிரிவதில்லை
பிரிந்தால் அது காதலே இல்லை...

உண்மையாக காதலியுங்கள்
உணர்வுகளை மதியுங்கள்..

வீதியில் தெரியும்
பெண்களை
விளையாட்டாக பார்த்து

ரசித்து திரிந்தவன் நான்

விதியின் வலியால்

என் விழியின் பிழையால்

விழுந்தேன்

அவள் காதல் வலையில்.. விருப்பங்களுக்கேற்பவே

ஆரம்பத்தில் நகர்ந்த காதல்

பின்னர் பல

விதிமுறைகளுடன் நகர்ந்தது.

காதல்விதிமுறைகள் ஒன்றும் அடக்குமுறைகளல்ல.

அவை அதீத அன்பின் வெளிப்பாட்டுமுறைகள்

எனஅறிந்தவன் நான்..

புரிதலில் வலுப்பெற்றது காதல்.

இருபத்துநான்குமணிநேரம்

போதாது

என்றிருந்த

அலைபேசிஅரட்டை

இரு....பத்து நிமிடம்

கழித்து வருகிறேன்

என்னுமளவிற்கு தொய்வானது.. ஏதேதோ காரணங்கள்

எதற்கெதற்கோ முளைத்தன.

காதலின் போது அறியாத

பெற்றோர் பாசம்

அவள் கல்யாணத்திற்கு

தெரிந்தது

தேவையும்பட்டது போல..

தூரத்தை இணைத்த தொலைபேசி இன்று இன்னும் தொலை

தூரமாக்கியது.

சோகம் சொந்தமாகவும்

கவலை கடன்காரனாகவும்

சேர்ந்து
வரமுறையில்லா
அவள் நினைவுகளால்
வன்முறை செய்து கொண்டிருக்கின்றது..
விடையே கிடைக்காது
என தெரிந்திருந்தும்
கேள்வியுடன் நான்..

நிராகரிக்கப்பட்ட காதலும்
நிராகரிக்கப்பட்டு விடுவோமோ..
என்று பயத்தால்
மனதில் புதைத்து மறைக்கப்பட்ட
காதலுமே
பெரும்பாலும்
ஆண்-பெண் நட்புகளாக.. உலவுகின்றனர்...

சகிப்பு

எல்லாவற்றையும்
சகித்து சகித்து
சாக்கடையாய்ப்
போனேன்..
உன்
மாற்றம்

என்

நாற்றத்தால்

தானே....

விடு

விடு

இதையும்

சகித்து

கொண்டு

போகிறேன்..

என்னை மிதித்தெறிந்து

சென்றது

உன் தவறல்ல

அனைத்தையும்

சகித்துப்போன

என் தவறே..

விட்டுக்கொடுத்தால்

கெட்டுப்போவதில்லை

என்பார்கள்...

விட்டுக் கொடுத்து

விட்டுக் கொடுத்து

இன்று

உன்

இதயத்திலிருந்தே

விட்டு விடப்பட்டேன்..

கசப்பாகிப்போன

என் காதல்

அறுபட்ட உன்

இதயத்திற்கு

ஓர் நாள்

மருந்தாக
தேவைப்படும்..
அன்று
என்
கல்லறையில்
கடுகளவு
கண்ணீர்
சிந்தி விட்டு போ...
என்
காதல்
உயிர்த்தெழ...

என் நிஜமும் நீயே
என் நினைவும் நீயே
என் எழுத்துக்களால்
கொழுத்துப்போன
உன் அழகும்
உன் அழகிய நினைவும்
கொளுந்துகிறது
தீயிட்டு
என் இதயத்தை.....
இறக்கும் நொடிவரையிலும்
இருப்பேன் உனக்காக...
இன்னோர் ஜென்மம்
உறுதியென்றால்
மீண்டும் பிறப்பேன்
நமக்காக....

❦❦❦

உனக்கும் எனக்கும்

உனக்கும்
எனக்கும்
காதல்
ஆனால்
சில பல
வித்தியாசங்கள்...
.
கண் மை போல்
உனக்கு நான்
கருவிழி போல்
எனக்கு நீ
பொழுது போக்கிற்காக
உனக்குநான்
பொழுதெல்லாம் போதாது
என்று
எனக்கு நீ
பெற்றோரின்
பெயருக்காக
உனக்கு நான்
பெற்ற பிள்ளைகளின்
பெயரிலும்
எனக்கு
நீ...

உனது கல்யாணம் வரை நான்....

என் கல்லறை வரை நீ....

கானல் நீராய் நீ....

நாணல் புல்லாய் நான்

❧❧❧

கண்கள் அறியா கண்ணீர் காரணமில்லா சிரிப்பு

நெஞ்சைக் கீறும் நினைப்பு

அவளில்லா பரிதவிப்பு

எங்கெங்கும் தனிமை

எதிலுமில்லை ஓர் முழுமை..

பேசத்தெரிந்தும் ஊமையாய்

ஓடமுடிந்தும் ஓர் ஆமையாய்

மதுவின் பால் மயக்கம்

புது மாதுவின் பால் தயக்கம்..

நின்று போன தூக்கம்

நிதம் கொன்று தின்னும்

அவள் பிரிவின் தாக்கம்..

இன்னும் இதுபோல்

எழுதமுடியாத பல வலி..

இனிமேலும் இவளில்லாமல்

பிறக்குமா எனக்கோர் வழி..

இவை அவள் பிரிவால்

வந்த வரவு..

அவளால் நான்

பகலுக்குள் ஓர்

இரவு...

❧❧❧

அவள் பெயர் பொறித்த
விளம்பர பலகையிலிருந்து
விடுபட மறுக்கின்றன
விழிகள்...

வாலிப வலி

சிந்தனையில் ஓர் சிறுமாற்றம்
அவளால் எனக்குள் ஓர் உருமாற்றம்
யாசித்த ஆசைகளையெல்லாம்
சுவாசித்தேன் அவளால்..
சொர்க்கலோக வாழ்க்கையையும்
சொடுக்கு போடுமளவு ரசித்தேன்
இளம்பிறை போல் அவள் வந்தால் கூட
மனதுக்குள் ஓர்
தொடர்விடுமுறை போல் மகிழ்ச்சி..
காதல் கனிந்த அளவுக்கு
சில காலமும் கனிந்தது..
உயர்வே இல்லாத ஊதியத்தில் நான்
உயர்வான ஊதியத்தில்
அவளுக்கான வரண்
இக்கட்டான நிலையில்லா மனம்
அவளில்லாமல் நிச்சயம் நான் பிணம்..
வாரிவழங்கிய வாக்குறுதிகளெல்லாம்

உறுதியிழந்து வாசலுக்கு வெளியே..
அவளுக்கான
அனைத்து உறவுகளுமாய் நான்..
அவளின் அனைத்து உறவுகளுக்காக
அவள்..
சாதி மதங்களும் சந்தடி சாக்கில் சாயம் பூசிச் சென்றன..
இரத்தமில்லா இதயத்தவள் போல்..
வார்த்தைகளால் சில யுத்தம் செய்து சென்றாள்..
என் வாழ்வினையே வேரறுத்து கொன்றாள்..
நீதான் உயிர் என்று உரைத்த என்னை..
போனால் போகட்டும் மயிர் என உதிர்த்துவிட்டு..
ஒருமனமாய் திருமணம் முடித்தாள்..
என்னிடம் வெறுமனே நடித்தாள்..
உயிரில்லாத உடம்பாய்
உலவுகிறேன்
எதிர்கால பயணத்திலிருந்து நழுவுகிறேன் அவளால்..
விட்டுச் சென்ற உன்னை
தினம் தொட்டுச் சொல்கிறது கண்ணீர்..
நான் காத்திருந்து எனை கைவிட்ட உனக்காக
எனக்காக வாழும் சில உறவுகளை எப்படி கைவிடுவது...
இறக்கும் வரை இருப்பேன்
இரும்பு நெஞ்சத்தோடு...

❧❦❧

அவள் இருக்கும்போது
அது கிடைக்கவில்லை..
அது கிடைத்த போது
அவள் இருக்கவில்லை..

அது கிடைக்காது என்றுதான்
அவள் போனாளோ?
அவள் போனதால்தான்
அது கிடைத்ததோ?
அண்ட சராசரத்தில்
அவள் மட்டுமே என் உலகம்..
அதனாலோ வந்ததோ கலகம்..
அடியேனின் தேவை
அவள் மட்டும் தான்
அவளது தேவை
அடியேன் மட்டும் இல்லை போல..
அனைத்துமாக எனக்கிருந்த அவள்
அனைத்துவிட்டு சென்றுவிட்டாள்
அற்ப பதராய் எண்ணி
ஆனந்தம் அனைத்தையும்
அழித்து விட்டு சென்றுவிட்டாள்..

❧❧❧

இரை.
அன்று கள்ளிப்பாலுக்கு.
இன்று காமத்துப்பாலுக்கு.
........பெண்கள்.....

❧❧❧

நீ மட்டும் தான் உலகம் என்பார்
உறைந்து விடாதே..
வாழ்வில் கலகம் ஏற்படுத்தி

சென்று விடுவார்..
நீயில்லாத வாழ்க்கை நரகம் என்பார்
நம்பி விடாதே..
நகர வாழ்க்கை கிடைத்து நீயில்லாமல்
சென்று விடுவார்..
நீதான் முதல் குழந்தை என்பார்
முனைந்து விடாதே..
முதல் குழந்தைக்கு உன் பெயரை வைத்து விட்டு சென்று விடுவார்..
யாருக்காகவும் விட்டுக்கொடுக்க மாட்டேன் என்பார்..
யாசித்து விடாதே..
யார் யாருக்காகவோ விட்டுவிட்டு
சென்று விடுவார்..
ஆதலால்..
காதலி கவனமுடன் காதலி...
கடைசி மூச்சிருக்கும் வரை காதலி..

கொரோனாவை விட

கொரோனாவை விட
கொடியவள் அவள்..
கொரோனாவால் ஊரடங்கு
அவளால் உள்ளமடங்கு...
கொரோனாவால் தனித்திருப்பாய்
அவளால் தவித்திருப்பாய்..

கொராணோவால் முகமூடி
அவளால் முகமெல்லாம் தாடி..
கொரோனா வந்தால்
இருபத்தெட்டு நாட்கள் தனிமை
அவளின் நினைவுகளால் இன்னும்
எத்தனை நாட்கள் தனிமையோ...?
கொரோனாவால் தொடங்கியது சுத்தம்
அவளால் அடங்கியது
என் மகிழ்வின் சத்தம்..
கொரோனாவை தடுக்க கபச்சுரம்
அவளின் நினைவுகளை மறக்க கால்பாட்டில் ரம்.
கொராணோவால் வறுமை
அவளால் வெறுமை..
கொரோனாவால் அடிக்கடி சாவு
அவளால் கூட்டத்தோடு இருந்தும்
நான் ஒரு தீவு...
ஆக மொத்தத்தில்
கொரோனாவும் போகாது
அவள் நினைவுகளும் சாகாது..
வாழப்பழகிக் கொள்ள வேண்டும்...

❧❧❧

என் அலைபேசி என்னைக் கூட மறக்கமுடியாத நீ
என் அளவுகடந்த அன்பை எப்படி மறந்து சென்றாய்..
இவன் அனாதையாய் கிடக்கட்டும்
என ஏன் உன் காதல் துறந்து சென்றாய்..
நம்மை யாரும் பிரிக்கமுடியாது என்றாயே..
ஆதலால்தான் நீயே பிரிந்து சென்றாயோ..

ஈருடல் ஓர் இதயம் என்றாய்
நீ இன்னோர் இடத்தில்
உதயமாகி விட்டாய்..
நான் நீ விட்டுச்சென்ற அதே இடத்திலே
அஸ்தமனமாகிக் கொண்டிருக்கிறேன்....
உன்னை பிரிந்தாலோ மறந்தாலோ இறந்திருப்பேன் என்றாய்..
இன்று நீ
என்னை விட்டு பறந்திருக்கிறாய்
நான் இன்னும் உன் நினைவுகளிலே உறைந்திருக்கிறேன்...
கல்லறை வரை நம் காதல் தொடரும் என்றாய்..
சில்லறை போல் என் வாழ்வை ஏன் சிதறவிட்டுச் சென்றாய்.???
வேரூன்றிய உன் நினைவுகளுக்கு என் தனிமை நிதமும் நீரூற்றிக்
கொண்டிருக்கிறது..
எப்போது இனி உனை மறப்பேன்
எவ்வாறு இனியொருவளின் கரம்பிடிப்பேன்..
தவித்துக் கொண்டிருக்கிறேன் தனியொருவனாய்..
மீண்டுவர முயற்சிக்கிறேன் மீண்டும் சிறுவனாய்...

❧ ❧ ❧

என் இரத்த
நாளங்களில் எல்லாம்..
யுத்த மேளமிட்டுக் கொண்டு இருக்கிறது
உன் நினைவுப் பறை..
என் உறக்கம் கொன்று
உவகை தின்று
உளறித்திரியும் மனதை
உனை விட்டு வெகுதூரம்
சென்று விட்டேன் என

கூறி ஓங்கி அறை..
மரத்துப் போன
என் இருதயத்தை
அறுத்தறுத்து கூறிட்டு
கூவ வைக்கிறது உன் நினைவு..
உன்னோடு வாழ
ஆசைப்பட்ட வாழ்க்கை
கலைந்து போன கனவு...
நீ விட்டுப்போன இடத்திலே
மென்மேலும் கெட்டு கெட்டு போய்க்கொண்டிருக்கிறேன்
உன் நினைவுகள் தொட்டு
தொட்டுச் செல்வதால்..
உன்னிடமிருந்து மீண்டு வர முயற்சித்து முயற்சித்து தோற்றுப்போகிறேன்...
நாளைக்கு செல்ல முயன்று
மீண்டும் நேற்றைக்கே செல்கிறேன்
ஆசைகளற்று
வசைகள் பல பெற்று
வேஷங்கள் பல கற்று
நித்தமும் ஓர் முகமூடியோடு
நிழலோடு மட்டுமே இணையாடிக்கொண்டிருக்கிறேன்
உன்னைப்போல் இல்லாத
உண்மையாய் நேசிக்கும்
ஒரு துணை தேடிக்கொண்டிருக்கிறேன்..

❧ ❧ ❧

கோடைக்கு வாடையாய் இருந்தாய்..
வாடைக்கு நீயே ஆடையானாய்..
கோவைப்பழ உதட்டால் நாளும் என்னை கொய்திருந்தாய்..

பாவை உன் பொருட்டால் ஆனேன்

நானும் மெய் விருந்தாய்..

கால்கள் உரசும் பூனையாய்

கையசைவிற்கு கட்டுப்படும் பாகனின் யானையாய்..

உன் வழித்தடமெல்லாம்

வருகை புரியச் செய்தாய்..

சில நொடி எரியும் தீக்குச்சி

என்னை..

அணையா தீபமாக்க திரியாக்கினாய் உன்னை..

எனக்கே என்னை அர்த்தப்படுத்தினாய்

எதிர்காலத்திற்கு உன்னால்

பொருத்தப்படுத்தினாய்..

எதிர்பார்க்காததை எல்லாம் தந்த உனக்கு...

எதிர்பார்ப்பதெல்லாம் என் எதிர்காலமெல்லாம் நீதான் என

விளங்கவில்லையா என் பிணக்கு..

இரவெல்லாம் கண்ணீரால் ஒளிர்கின்றேன்..

பகலெல்லாம் கவலையால் ஒளிகின்றேன்..

எல்லாவற்றையும் தந்துவிட்டோம் என்ன இனி இவனுக்கு என்று

சலைத்துப் போய் என்னை பிழைத்து சென்றாயோ..

என் இயல்புக்கு மாறாய் எனக்கு போட்ட வேஷத்தை எல்லாம்

கலைத்துக் கொன்றாயோ..

உன்னோடு வாழமுடியாத நான்

உன் நினைவுகளோடு வாழ்கின்றேன்...

என்னை நானே பழி போட்டுக்கொள்கிறேன்..

என் வார்த்தைகளாலே வலி தீர்த்துக் கொள்கிறேன்...

ரசனை

தூரலாய் இருக்கும் போது ரசிக்கப்படுவதும்

அடைமழையாய்

பொழியும் போது

வெறுக்கப்படுவதும்

மழைக்கு மட்டுமல்ல

மனித உறவுகளுக்கும்

பொருந்தும்....

❦❦❦

அவள் பேசாத நாளில்லை

அன்று

அவள் பேசியது எதுவும் நினைவுகளில்லை

இன்று

உன் முகம் பார்க்கா நாள் யுகம் யுகமாய் கடக்கிறது என்றாள்

பார்க்கவே கூடாதது

உன் முகம்தான்

என விட்டுப் பிரிந்து சென்றாள்.

எங்கு சென்றாலும் ஏதாவதொன்று நினைவுபடுத்துகிறது

அவளை

இருக்குமோ இல்லையோ தெரியவில்லை என்னைப்பற்றி அவளுக்கு

கவலை

வாய்ப்பிழந்த காதலும்

வழக்கிழந்த மோதலும்

முரண்பட்டுத்தான் கிடக்கிறது அவளிடம் இன்னமும்..

உணர்ச்சியற்ற உடலோடு கோபம் கொண்டு கண்ணீரும் வர மறுக்கிறது

கவலைகளும் கரைசேராமல் இன்னும் இருக்கிறது..

பேரிடியில் கரைந்த கதறலாய்
பெருமழையில் மறைந்த அழுகையாய்
உணர்ச்சிகள் வழிவிட்டும்
உரியவள் விழிபடவில்லை..
மறந்து கொண்டு வாழ நினைத்து
மறைத்து கொண்டு வாழ்கிறேன்
மறுபடியும் மறுபடியும்
அவளிடம் வீழ்கிறேன்..

எழில்

வழிதவறி
வந்த பூச்சி
வண்ணத்துப்பூச்சி
ஆனது
என்னவளின்
எழில் பட்டு..

இறுதியில்

கருவிழியின் கடைசி பார்வைத்திறனும் காணவேண்டும் உன் முகம்..
செவிப்பறையின் இறுதி அதிர்வெண்ணையும்
இசைத்திட வேண்டும்

உன் குரல்..
குரல்வலையின் குறுகிய சப்தமும் குழைந்திட வேண்டும்
உன் பெயர்..
சிறு மூளையின் மீச்சிறு நினைவிலும் நிலைத்திட வேண்டும் உன் ஞாப-
கம்..
இதயம் இயங்க மறுக்கும் அந்த ஒரு நொடியிலும் இருந்திட வேண்டும்
உன் நேசம்..
சுருக்கங்கள் அதிகரித்தாலும் நெருக்கங்கள் குறையாமல் வேண்டும் உன்
பாசம்..
இறுதிவரை வேண்டும்
அறுதிப்பெரும்பான்மையாக
உன் அன்பு..
சுருதி மாறாமல் நீள
வேண்டும் என்றும்
உன் காதல் மாண்பு..
மொத்தத்தில் வேண்டும்
எனக்கான நீ
அதற்காகவே நாள்தோறும் பூத்திருக்கிறேன்
உனக்கான நான்..

என்ன செய்தாலும்
எங்கெங்கு சென்றாலும்
நீங்காது
அவள் நினைவுகள்
எதிர்பார்த்தவை எல்லாம்
இன்றுவரை
நிறைவேறாத கனவுகள்

முந்நூற்று அறுபத்தைந்து
முழுதும்
மூன்று பொழுதும்
அவளே ஆட்சி
முயற்சித்து முயற்சித்து
மீளமுடியாமல் போவதற்கு
முடங்கிகிடக்கும் நானே சாட்சி..
பழமைக்கும் புதுமைக்கும்
இடையே என் இளமை
கால்நூற்றாண்டு காலமாக
இதுவே எனக்கு வழமை..
சிறகிழந்த இறகாய்
கிளையிழந்த இலையாய்
சேரமுடியாமல் காற்றோடு நான்..
உறைபனியாய் கிடந்தால்
உதயசூரியனாய் வருகிறாய்
கடற்கரையாய் இருந்தால்
அலைகடலாய் நனைக்கிறாய்
எனை தொட்டு விட்டு தொட்டு விட்டு
விட்டுவிட்டுச் செல்வதில் உனக்கென்ன ஆனந்தம்
ஆண்டுக்கொருமுறை மாறுவது வருடத்தின் இலக்கம் மட்டுமே
ஆண்டுகள் பல கழிந்தும் ஏதுமில்லை உன்னால் புதிய துவக்கம்
ஒன்றுமே
வருத்தங்கள் பலவற்றுடன்
வருடத்தின் முடிவில் நான்...

சமூக சிந்தனை

மொழியறிதல் அறிவு தராது..

அது இந்த மூத்திர சங்கிகளுக்கு புரியாது..

ஆதிமனிதன் கற்பாறைகளில் கிறுக்கியது தமிழ்..

அரபும் உருதும் கலந்து உண்டான

இந்துஸ்தானியின் திரிபே இந்தி என காரி அவன் முகத்தில் உமிழ்..

வள்ளுவனின் வாய்வந்த கருத்தியலில்

கால்பங்கு கூட எம்மொழியிலும் இல்லை..

உம்மொழியை கற்கவேண்டும் என ஏன் கொடுக்கிறாய் தொல்லை..

பிறமொழி பேசுவது பெருமையல்ல

பிறந்த மொழி போற்றுவதும் சிறுமையல்ல..

இதிகாசங்கள் என்ன இலக்கணங்கள் என்ன இலக்கியம் என்ன..

இது மாதிரி இருக்கிறதா

உன் இந்தியில் விரல்விட்டு எண்ண..

பள்ளிப்பக்கமே செல்லாதவன் பத்துமாதத்திற்குள் கற்றுக்கொள்வான்..

உம்மொழியை

முதுகலைப்பட்டமே பெற்றாலும் முக்கிமுக்கிதான் பேசுவான் எம்தமிழை..

திராவிடமொழிகளின் திரவியம் எம்தமிழ்

வடமொழிகளின் வாடைக்காற்றில் வந்த சிறுபுல் உம்மொழி..

தேவைப்பட்டால் பழகிக்கொள்வோம்

தேவை இதுதான் என கற்க சொல்லாதே

புலம்பெயர்தலில் கூட எம்மை நாடித்தான் வருகிறாய்..

புத்தியை வளர்க்க உம்மொழியை கற்க வேண்டும் என ஏன்

சொறிகிறாய்..

என்றுமே வளராது எம்மொழி அளவிற்கு உம்மொழி..

முதலில் வாங்கபாரு உம்மொழிக்கு பட்டம் செம்மொழி..

இந்தி தெரியாது போடா..

இந்தியும் தேவையில்லை போடா...

❧❧❧

நீட்டு

கீழ்சாதிக்காரன் கோயிலுக்குள் நுழைவதை தடுக்க தீட்டு..

ஏழை எளியவன் மருத்துவராவதை தடுக்க நீட்டு.

இதற்கெல்லாம் காரணம் என் ஏமாந்த ஜனங்கள் போட்ட ஓட்டு..

அடுத்த முறையாவது நீ யாருனு கொஞ்சம் காட்டு..

படித்தவனுக்கு தகுதியை சோதிப்பது நியாயம்..

படிப்பதற்கே தகுதியை நிர்ணயிப்பது என்ன ஓர் அநியாயம்..

அனிதாவை வாங்கியது நீட் முதல் பலி..

அதன் தொடர்ச்சியாக ஆறேழு பேர் அவள் வழி.

பாமரனின் வாழ்வாதாரத்தை உயர்த்த வேண்டிய ஆட்சி..

பயிற்சி வகுப்புகளின் வருமானத்தை உயர்த்துகிறதே மக்களை ஏய்ச்சி..

தமிழ் மாணவர்களை அதிகமாகவே வஞ்சிக்கிறது தேர்வு..

தமிழக அரசும் இன்றுவரை காணவில்லை அதற்கு தீர்வு..

மருத்துவ கனவு கலைந்ததால் மனம் நொந்து மரணிக்கின்றான்..

மத்திய அரசை தட்டிக்கேட்காமல் பலகட்சி தலைவன்கள் அதனோடு

சரணிக்கின்றான்..

தேர்ச்சி பெற்றாலும் வாங்க வேண்டும் சிறப்பான தரம்.

தனக்கு சாதகமானவர்களையே உள்அனுப்புகிறது காவி நிறம்..

நாற்பத்தி ரெண்டு கல்லூரிகள் நம் மாநிலத்தில்..

கல்லூரிக்கு நான்கைந்து பேர் கூட இல்லை நம் இனத்தில்..

மொத்தத்தில் குடிக்கிறது ஏழை எளிய மாணாக்கர்களின் இரத்தத்தை..

தயவு செய்து நிறுத்திக் கொள்

உன் மனுதர்ம நிலைநாட்டல் யுத்தத்தை..

.

தடை செய் நீட்டை.
தகுதித் தேர்வை நிறுத்தி
மருத்துவ கல்வியின் தரத்தை உயர்த்தி உருவாக்கு சிறந்த மருத்துவ
நாட்டை..

❧ ❧ ❧

பாலியல் வன்புணர்வு

பிறப்பில் சாதி பார்ப்பவர்கள்
பிறப்புறுப்பில் பார்ப்பதில்லை..
பச்சிளம் குழந்தைகளோ
பருவம் முற்றிய பெண்டிரோ பலத்காரம் செய்யத்தான்படுகிறாள்
இராமனை வழிபடும் காமன்களால்.
கருவறையிலும் கற்பழிக்கப்படுகிறாள்
கன்னியாஸ்திரியும் கற்பழிக்கப்படுகிறாள்
எந்த தெய்வமும் நின்று கொல்லவில்லை
வந்த அரசனும் அன்றே கொல்லவில்லை..
தாய்ப்பாலையும் போதை என்கிறான்
தவழும் குழந்தைகளிடமும் ஆபாசம் காண்கிறான்..
அரபு நாட்டு அறுப்புத் தண்டனை வரும் வரை
இவர்களின் பலாத்கார விருப்பு குறையாது..
பூலான்தேவிகளாக மாறும் வரை
புதர்களில் பொசுங்கும் பூக்களின் எண்ணிக்கை குறையாது.
அரணாக இருக்க வேண்டிய ஆண்களே

அவர்களின் எதிர்கால வாழ்க்கைக்கு முரணாகிப் போகின்றான்..
பெண்ணியம் காப்போம்
அவர்களிடம் கண்ணியம் வார்ப்போம்..
காமத்திற்காக மட்டுமில்லை பெண்கள்..
கலப்படமில்லா பல நல்ல உறவுகளுக்காகவும்தான்..

தேடல்

சாதிக்குள் சொந்தத்தை தேடுகின்றான்..
ஊருக்குள் சாதியைத் தேடுகின்றான்..
மாவட்டத்திற்குள் ஊரைத் தேடுகின்றான்..
மாநிலத்திற்குள் மாவட்டத்தைத்
தேடுகின்றான்..
நாட்டிற்குள் மாநிலத்தை தேடுகின்றான்.
கடல் தாண்டிச் சென்றால் நாட்டைத் தேடுகின்றான்..
காட்டிற்குள் இனத்தைத்
தேடுகின்றான்
இதற்கிடையிடையே மொழியையும் மதத்தையும் பாலினத்தையும் தேடு-
கின்றான்..
என்றுதான் இவன் மனிதத்தைத் தேடுவானோ...?
தேடிப்பிடித்து அதன் புனிதத்தைச் சாடுவானோ...

41

விவசாயி..
பெரும்பாலான உயிர்களுக்கெல்லாம் ஓர் தாயி..
உழுது விதை விதைத்தவன்
இன்று
அழுது புலம்பிக் கொண்டிருக்கிறான்.
மழை தண்ணீருக்காக போராடியவன்
இன்று
மழையிலும் தண்ணீரிலும்
போராடிக் கொண்டிருக்கிறான்..
வானத்தோடு வசைபாடி இசைபாடிக்கொண்டிருந்தவன்
இன்று
மானத்தோடு புது திசை தேடிக்கொண்டிருக்கிறான்.
பழுதுபட்ட மண்ணையெல்லாம்
உழுது தொழுது பொன்னாக்கியவன்
இன்று
ஆக்கம் கெட்ட தலைமையால்
தினம் அழுதழுது புண்ணாகிக் கொண்டிருக்கிறான்..
நாமெல்லாம் உயிர்வாழ போராடியவன்
இன்று
நமக்காக
உயிர்விட்டு போராடிக் கொண்டிருக்கிறான்..
பெரும்பாலான ஊடகம் ஒளிபரப்பிவில்லை
இந்த உழவனின் இழவை..
காரணம்
ஆட்சி அதிகாரத்தில் கார்பரேட்டுகளின் கலவை..

தலைநகரம்
கொலைநகரமாகிக் கொண்டிருக்கிறது..
எந்த கடவுளும்
இறங்கி வரவில்லை
வரப்போவதுமில்லை..
இருந்தாலும்
அவன் வேண்டுதலை விடவில்லை..
வேண்டாத வேளாண்மசோதா
அதை வேண்டாமென
இந்த மத்திய அரசு பேசாதா..

புலவனும்
ஒரு
உழவன் தான்
எழுதுதலும்
ஓர்
உழுதுதல் தான்
இரண்டின் மூலமும்
களைஎந்தெரியப்பட்டால்
வளம் பெருகும்
ஒன்றில்
கலைகள்
மற்றொன்றில்
சமுதாயப்பிழைகள்..

✿ ✿ ✿

யாருக்கு உன் ஓட்டு..?
நோட்டாவுக்கா
நோட்டுக்கா
புரட்சியாளனுக்கா
பொய் புரட்டுக்காரனுக்கா
அரசியலுக்காக பொய் பேசுபவனுக்கா
பொய் பேசுவதையே அரசியலாய்
செய்பவனுக்கா
கும்பிடு போடுபவனுக்கா
குழப்பவாதிக்கா
சாதிக்கா
சமத்துவத்திற்கா
மதத்திற்கா
மனிதத்திற்கா
சினிமாக்காரனுக்கா
சிந்தனைவாதிக்கா
களப்போராளிக்கா
காமக்கொடூரனுக்கா
தியாகிக்கா
சமூகத்தின் தீராத வியாதிக்கா
மொழிக்கா
உயிர்ப்பலிக்கா
இலவசங்களுக்கா

இல்லை பல வேஷங்களுக்கா
யாருக்கோ ஒரு ஓட்டைப்
போடப்போகிறாய்..
உன் ஓட்டு நீ யாருக்கு வேண்டுமென்றாலும் போடலாம்
ஆனால் ஒரு நிமிடம் யோசி
உன் எதிரி யாரென்று பாராதே
ஓட்டுமொத்த சமூகத்திற்கே எதிரி யாரென்று பார்..
நடுநிலை என்ற பெயரில்
நாலாபுறமும் ஓட்டை சிதறடித்து
நாசக்காரர்களுக்கு வழிவகுத்திடாதே
நாளை நீயும் வாழ வேண்டும்..
அதற்கு உன்னை யார் ஆள வேண்டும்..
என முடிவு செய்
புதிய விடிவு செய்..
இயற்கையை மிஞ்சி
இறைவன் இல்லை..
அறிவியலை மிஞ்சி
ஆண்டவன் இல்லை
காற்றை மிஞ்சி
கடவுள் இல்லை.
தூணிலும் இருப்பாராம்
துரும்பிலும் இருப்பாராம்
இறைவன்.
அந்த தூணை உண்டாக்குவதும்
துரும்பை இரண்டாக்குவதுமே
மனிதன் தான்..
நிலத்தால் அழிந்தோம்
நீரால் அழிந்தோம்
காற்றால் அழிகிறோம்.

காப்பாற்ற மனமில்லையோ

கருணை இன்னும் பிறக்கவில்லையோ

இல்லை

இறந்த பிணங்கள் தான்

போதவில்லையா..

என்றடா வருவார்

உன் கடவுள்..

எத்தனை போதனை

எவ்வளவு பிரார்த்தனை

என்றாவது வந்தாரா

ஏமாப்பு எதுவும் தந்தாரா..

ஏமாறுகிறோம் என்று தெரிந்தே ஏமாறுகிறாய்..

ஏமாற்றுகிறோம் என்று அறிந்தே

ஏமாற்றுகிறாய்..

யோசிக்க மறுக்கும் மனிதா

நீ யாசிப்பது என்றும் கிடைக்காது

சுகவாசம் வேண்டாம்

சுவாசமாவது தர வேண்டாமா

மதத்திற்குள் மதியை புதைத்த மனிதா..

மாறுதலை உண்டாக்க சதியை சிதைத்து வா புனிதனாய்...

தமிழர் எங்கள் பாரம்பரியம் ஜல்லிக்கட்டு

ஏய் பீட்டாவே முடிந்தால்

எங்களோடு மல்லுக்கட்டு..

அலை மோதும் கடற்கரையில்
அரிமாக்கள் கூட்டம் பார்த்தாயா..
அதன் அடங்கா கர்ஜனை கேட்டாயா..
பணத்துக்காக கூடிய கூட்டமில்லை.
என் தமிழ் இனத்துக்காக கூடியது..
நாட்களை தள்ளிப் போட்டால்
நகர்ந்து விடுவோம் என நினைத்தாயா..
நாடி நரம்பெல்லாம் தமிழ் உணர்வு
ஊறிப்போன இளைஞர்கள்
நாங்கள்...
தலை வீழ்ந்தாலும்
தரம் தாழ்ந்து விட மாட்டோம்..
ஆதி தமிழனின் பாரம்பரியத்தை
அடக்க நினைக்காதே..
அவன் அத்து மீறினால்
அகிலமும் தாங்கா...
காளைகளை துன்புறுத்தும்
கோழைகளல்லடா நாங்கள்..
வெள்ளையனை வெளியேற்றிய
எங்களுக்கு உன் போன்ற
கொள்ளையனை வெளியேற்ற தெரியாதா..
அமைதியாய் போராடும் போதே..
அடங்கி விடு..
இல்லையேல் அழிந்தது விடும்
உன் அமைப்பே..
ஏர்தழுவும் எங்களை
போர் தழுவ தூண்டி விட்டுடாதே..
மார்பிளந்து
மாண்டு போவாய்..

வாடி வாசல் திறக்கும் வரை
ஓயாது எங்கள் போர்க்கொடி..

மகப்பேறு
மாதவிடாய்
எனும் மாபெரும் தவம்
அவள் மனித இனத்தின்
மற்றுமோர் குணம்.
தாய்மை எனும் அன்பின் தூய்மை உலகின் பல சேய்மை
சென்றாலும் அழியாது
இந்த வாய்மை
கட்டுப்பாடுகளுடன் களிப்படையும் தன்மை..
அதுவே அவள்
இனத்தின் மேன்மை
தாயாய் சேயாய்
சகோதரியாய் உறவினராய்
காதலியாய் மனைவியாய்
ஓர் இனம்புரியா அன்பை
ஈடு இணையில்லாமல் தருபவள்.
பெண்...

மண்ணில் தானியங்களை

அறுவடை செய்வது போல மாணவர்களிடம் தனித்தன்மையை அறுவடை

செய்யும்

இந்தப்புலவனும்

ஓர் உழவன் தான்

அன்னையின் போதனையில்

ஓர் எதிர்கால நோக்கிருக்கும்

ஆனால்

ஆசானின் போதனையில்

கற்பவனின்

எதிர்காலம் மட்டுமே இருக்கும்.

எதிர்பார்ப்பில்லாத

ஏணிப்படி

மாணவர்களே

அதை எண்ணியாவது

நீ படி..

உழைத்திடு..

உன் இலக்குகள்

இலகுவாக

இயந்திரத்தையும் மிஞ்சி

உழைத்திடு

பகைமை மறந்து

பொறாமை துறந்து

களைப்படையும் வரை

உழைத்திடு...

பிறரின்
ஒப்பீடாகவும்
மதிப்பீடாகவும்
இருக்க விரும்பாமல்
ஒப்பற்றவனாய் இருக்க
உழைத்திடு..
ஊரார் சொல் கேளாதே..
உயர்ந்தால் போற்றுவர்
தாழ்ந்தால் தூற்றுவர்..
உழைப்பைத் தவிர
உன்னை எதுவும் உயர்த்த போவதில்லை..
கடவுளே உருவாக பலரின்
உழைப்பு தேவை என்பதால்
கடமைக்கென உழைக்காமல்
கடினமாக உழைத்திடு..
உலகத்தில் ஓர் ஓரமாய் இருக்காமல்
உலகம் உந்தன் ஓரமாய் இருக்க
உண்மையாய் உழைத்திடு
உறுதியாய் உழைத்திடு
உழைப்பால் உயர்ந்திடு...

அகிலம் முழுதும் ஆளுக்கொரு மதம்

அதில் ஆண்டவன் ஆயிரமாயிரம் விதம்
பசி பட்டினி பஞ்சத்தால் மரணிக்கின்றான் மனிதன் நிதம்..
இதில்
இறைவன் இருக்கிறான்
என்றிருக்கிறது ஓர் பதம்...
சுனாமி தேவாலயங்களையும்
சூறையாடியது..
புயல் மழை மசூதிகளையும் புரட்டிப்பார்த்தது..
பூகம்பங்கள்
புனித தலங்களையெல்லாம்
புதைத்து போட்டது..
இயற்கைச் சீற்றங்கள்
இறைகூடங்களை எல்லாம்
அனைத்து மத வேண்டுதல்களையும்
கடந்து சுர்ஜித் இறந்தான்..
கொரோனா இன்னும்
கொன்று கொண்டு இருக்கிறது..
தன் இருப்பிடத்தையே காக்க முடியா
கடவுள் தான்
இயலா மக்களை காப்பாற்ற போகிறாரா..?
வைரஸிடமிருந்து காப்பாற்ற இயலா கடவுள் தான் நம் வருங்காலத்தை
காத்திட போகிறாரா..
இறைவன் இல்லை என்பதற்கு
எத்தனையோ ஆதாரம்..
இறைவன் உள்ளான் என்பதற்கு
இன்னும் வரவில்லை ஒரு அவதாரம்..
திணிக்கப்பட்ட கற்பனை நம்பிக்கை தான் கடவுள்..
கணிக்கப்பட்ட பகுத்தறிவை கொண்டு
அதனை விட சொல்..

(மனிதம் தாண்டி புனிதம் இல்லை
இதயம் தாண்டி இறைவன் இல்லை...)

(மனிதம் தாண்டி புனிதம் இல்லை
இதயம் தாண்டி இறைவன் இல்லை...)

WRITTEN BY

நல்லூர்பட்டி எனும் அடிப்படைத் தேவைகள் அரைகுறையாக கிடைக்கப்பெற்ற அடித்தட்டு கிராமத்தின் ஓர் அங்கம்..வாழையடி வாழையாக ஏழையாகவே வாழ்ந்து கொண்டிருக்கும் ஓர் வைராக்– கியன்..முதுகலை வேதியியலோடு ஆசிரியப் பட்டம் பெற்று அறி– வுப்பிச்சை எடுத்துக்கொண்டிருக்கும் யாசகன்..ராபின்மணி என்ற புனைப்பெயரோடு வலம்வரத்துடிக்கும் இளம் எழுத்தாளன் கா.மணி– வண்ணன் எனும் நான்....எங்கே கடவுள்...?என்ற நூலின் ஆசிரிய– ரும் இவரே...

mail id ;chemistbell@gmail.com
whatsapp number; 9787978593
fb id; Robinmani